నక్క మరియు బాణం

ఒకప్పుడు ఒక ఊరిలో ఒక వేటగాడు ఉండేవాడు. అతను తన కుటుంబంతో సంతోషంగా జీవించాడు. ఒక రోజు, అతను సమీపంలోని అడవిలో జింకను వేటాడాలనే ఉద్దేశ్యంతో తన ఇంటి నుండి బయలుదేరాడు. అతను జింకను చూసే అదృష్టం కలిగి ఉన్నాడు మరియు వెంటనే అతన్ని చంపాడు. చనిపోయిన జింకను తన భుజాలపై ఎత్తుకుని ఆనందంగా బయలుదేరాడు.

తిరిగి వస్తుండగా పెద్ద అడవి పంది కనిపించింది. అతను త్వరగా జింకను నేలమీద పడవేసి బాణంతో పందిని కాల్చాడు.

బాణం పంది మెడను అతని వీపు గుండా గుచ్చుకుంది. పంది తీవ్ర నొప్పితో మూలుగుతోంది. అయితే కుప్పకూలిపోకముందే వేటగాడిపై దాడి చేయడంతో అక్కడికక్కడే మృతి చెందాడు. కొద్ది నిమిషాల్లోనే పంది కూడా నేలపై పడి చనిపోయింది.

కొంతకాలం తర్వాత, ఒక నక్క ఆ ప్రదేశం గుండా వెళ్లింది. అతను మనిషి మరియు పంది ఒకే స్థలంలో చనిపోయి పడి ఉండటాన్ని చూశాడు. అతని ఆనందకరమైన అశ్చర్యానికి, దూరం వద్ద అతను చనిపోయిన జింకను కూడా కనుగొన్నాడు. ఆకలితో ఉన్న నక్క అదే స్థలంలో మరియు ఆది కూడా ఎటువంటి ప్రయత్నం చేయకుండా అలా ఆహారాన్ని వెతుక్కోవడానికి వెర్రివాడిగా మారింది. అతను చాలా సంతోషించి, "అయ్యో! ఈరోజు నా పట్ల చాలా దయతో ఉన్నాడు. నేను విందు చేయబోతున్నాను."

ఆ మాంసమంతా అతనికి రెండు నెలలపాటు సరిపోయేది. తినడానికి చాలా ఉంది, అతను ముందు ఎవరి మాంసంతో ప్రారంభించాలో నిర్ణయించుకోలేకపోయాడు. మనిషి లేదా జంతువు, అకస్మాత్తుగా, అతను బాణం చుట్టూ కొద్దిగా రక్తం మరియు మాంసం ఇరుక్కున్నట్లు గమనించాడు. అత్యాశగల పక్క రక్తాన్ని నొక్కాలని మరియు బాణం చుట్టూ ఉన్న చిన్న మాంసాన్ని రుచి చూడాలని నిర్ణయించుకుంది.

కాబట్టి అతను తన నోటిలో సూటిగా బాణం పెట్టాడు, కానీ అది అతని దవడలకు గుచ్చుకుంది మరియు అతని మెడలో గుచ్చుకుంది. శరీరంలో రక్తం ప్రవహించడంతో బాధతో అరిచాడు. కాసేపటికే రక్తమోడుతూ చనిపోయాడు.

నీతి : అత్యాశ మంచిది కాదు.

కొంటె కోతి

ఒకప్పుడు ఆలయ నిర్మాణ పనులు జరుగుతున్నాయి. సమీపంలో ఇద్దరు కార్పెంటర్లు పనిచేస్తున్నారు. వారు ఒక రంపపు సహాయంతో ఒక భారీ చెక్క దుంగను కత్తిరించడానికి ప్రయత్నిస్తున్నారు.

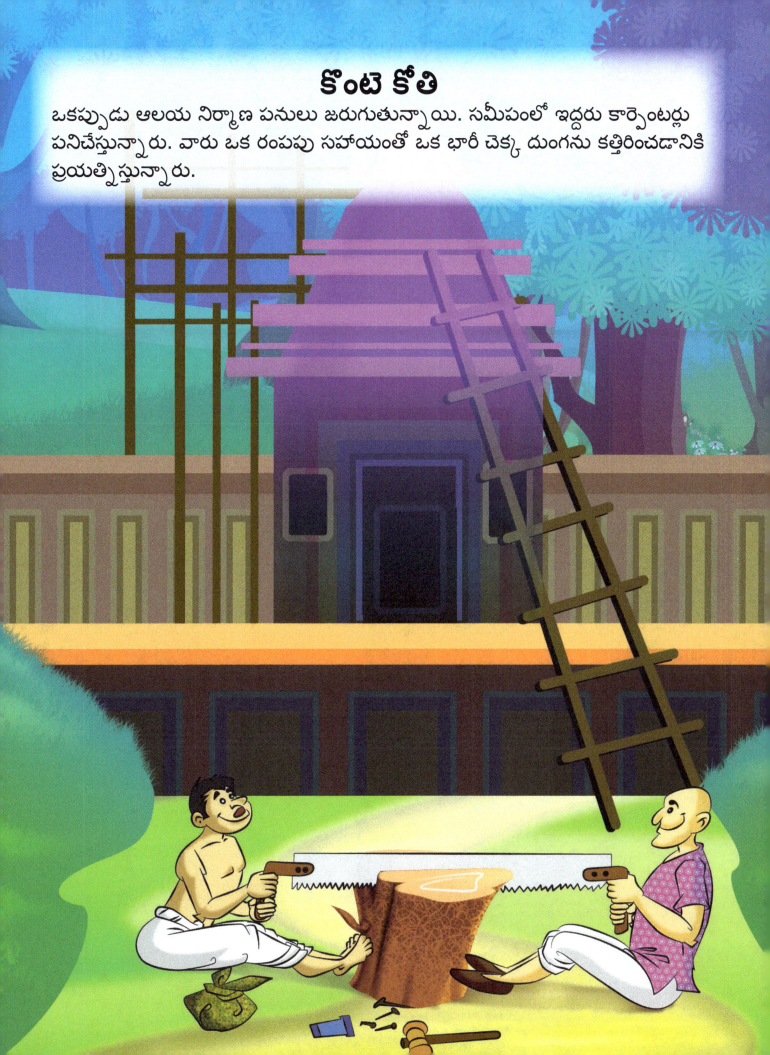

మధ్యాహ్నం భోజనం చేసే సమయానికి పని వదిలేసి వెళ్లిపోయారు.

ఇప్పటికీ సంపూర్తిగా ఉంది. వారు వెళ్లే ముందు, వడ్రంగిలో ఒకరు పాక్షికంగా కత్తిరించిన కలప లాగ్ మధ్యలో పొడవాటి గోరును చొప్పించారు. చిన్న లంచ్ బ్రేక్ తర్వాత తమ పనిని కొనసాగించాలని నిర్ణయించుకున్నారు.

ఆలయ స్థలం యొక్క కాంపౌండ్ గోడలో, కోతుల సమూహం నివసించింది, వడ్రంగులు తమ పని ప్రదేశం నుండి బయలుదేరిన వెంటనే, కొన్ని కోతులు ఆడుతూ, ఒక కలప నుండి మరొక దుంగకు దూకుతూ అక్కడికి వచ్చాయి.

ఒక కోతి చాలా కొంటెగా మరియు కొంటెగా ఉంది. సగం కత్తిరించిన చెక్క దుంగలోంచి పొడుచుకు వచ్చిన పొడవాటి గోరు అతని దృష్టిని ఆకర్షించింది. రెండో ఆలోచన లేకుండా, అతను చెక్క దుంగపై కూర్చుని, గోరు తీయడానికి ప్రయత్నించాడు.

తన శక్తితో, అతను దానిని బయటకు తీయడంలో విజయం సాధించాడు, కానీ ఆ ప్రక్రియలో, అతని పొడవాటి తోక సగం కత్తిరించిన చెక్క దుంగలోని రెండు భాగాల మధ్య ఇరుక్కుపోయింది. అతను నొప్పితో అరుస్తూ తన తోకను బయటకు తీయడానికి చాలా ప్రయత్నించాడు. కానీ అతను ఎంత ప్రయత్నించాడో, బయటకి లాగడానికి, అతన నొప్పితో బిగ్గరగా అరిచాడు. అతని స్నేహితులు కూడా అతనికి సహాయం చేయడానికి ప్రయత్నించారు. కానీ ఫలితం లేదు.

కొద్దిసేపటి తర్వాత వడ్రంగులు భోజనం చేసి తిరిగి వచ్చేసరికి ఆ పేదకోతి అరుస్తూ, ఏడుస్తూ ఉండడం చూసి ఆశ్చర్యపోయారు. అతని తీవ్ర రక్తస్రావమైంది.

వెంటనే, వారు అతని తోకను తీసి కొంటె కోతిని రక్షించారు. కోతి రక్షించబడినప్పటికీ, అతను ఎటువంటి ఉద్దేశ్యం లేకుండా ఇతరుల విషయాలలో ఎప్పుడూ జోక్యం చేసుకోనని పాఠం నేర్చుకున్నాడు.

నీతి : ఏ ఉద్దేశ్యం లేకుండా ఎప్పుడూ ఏమీ చేయవద్దు.

కోతులు మరియు గంట

ఒకసారి, ఒక గ్రామంలో గుడిలో ఒక దొంగ గుంటను దొంగిలించాడు. గంటను దొంగిలించి, అతను అడవి వైపు పరుగెత్తాడు. తన గుహలో విశ్రమిస్తున్న పులికి గంట ధ్వనులు వినిపించాయి. అతను దాని ధ్వనికి ఆకర్షితుడయ్యాడు. అతను దానిని అనుసరించాడు మరియు దొంగిలించబడిన గంటతో దొంగను వెంటనే గుర్తించగలిగాడు. దొంగను చూసిన వెంటనే పులి అతనిపై దాడి చేసి హిమన్ను చంపేసింది. గంట నేలమీద పడింది. మరియు పులి తన వేటను ఆస్వాదించడంలో బిజీగా ఉంది.

కొన్ని రోజుల తర్వాత కోతుల గుంపు ఆ దారి గుండా వెళ్లింది. వారు గంటను గుర్తించి, దానిని తమతో తీసుకెళ్లారు. వారు గంట యొక్క ధ్వనులు చాలా ఆసక్తికరంగా అనిపించాయి మరియు దానితో ఆడుకుంటూ ఆనందించారు. అలసటగా ఉన్న రోజు తర్వాత, వారు ఒక కొండపై కూర్చుని, రాత్రి ఘంటసాల శ్రావ్యమైన ధ్వనులను ఆస్వాదించేవారు.

కానీ, బెల్లు మోగినప్పుడల్లా గ్రామస్తులు భయపడిపోయేవారు. తర్వాత అడవిలో దొంగ మృతదేహం గుర్తించబడింది. కొంతమంది గ్రామస్తులు అడవిలో ఏదో దుష్ట ఆత్మ ఉందని పుకారు వ్యాప్తి చేశారు. ఇది మానవులను చంపి, ఆపై సంబరాలు చేసుకోవడానికి గంటను మోగించింది. వెంటనే ఈ పుకారు ఇతర గ్రామస్థులకు వ్యాపించింది. ప్రజలు భయంతో ఇళ్ల నుంచి బయటకు రావడం ప్రారంభించారు.

అయితే ఆ ఊరిలో ఓ మహిళ మాత్రం ఆ పుకార్లను నమ్మలేదు. ఆమె చాలా తెలివైనది మరియు ధైర్యవంతురాలు. ఆమె గంట మోగించడం వెనుక ఉన్న రహస్యాన్ని తెలుసుకోవాలని నిర్ణయించుకుంది.

ఒక రాత్రి, ఆమె ఒంటరిగా అడవికి వెళ్లింది. ఆరణ్యంలోకి కొన్ని మైళ్లు నడిచిన తర్వాత, ఒక కొండపై కోతుల గుంపు ఉల్లాసంగా ఆడుతూ, గంట మోగించడం చూసి ఆమె ఆశ్చర్యపోయింది. వెంటనే గ్రామస్థులలో భయాందోళనలకు కారణమైన గంట శబ్దం వెనుక రహస్యం ఆమెకు అర్థమైంది. ఆమె గ్రామానికి తిరిగి వచ్చి గ్రామపెద్ద వద్దకు వెళ్లింది. ఆమె చెప్పింది, "నా ప్రభూ, గణేశుని పూజ చేయడం ద్వారా దుష్టాత్మను జయించవచ్చని నేను ఖచ్చితంగా అనుకుంటున్నాను. అయితే దీని కోసం నాకు కొంత డబ్బు కావాలి. చాలా మంది గ్రామస్తులు తమను విడిచిపెట్టడం. చూసి చాలా కలత చెందారు మరియు ఆందోళన చెందారు. గత కొన్ని రోజులుగా ఇంటివారు, పూజ చేయడానికి అవసరమైన డబ్బును ఆమెకు ఇవ్వడానికి వెంటనే అంగీకరించారు.

తెలివైన స్త్రీ కొన్ని కాయలు మరియు పండ్లు కొని, గ్రామ దేవాలయంలో 'పూజ' ఏర్పాటు చేసింది. పూజ చేసిన తరువాత, ఆమె ఒక సంచిలో బోలెడు తినుబండారాలతో అడవికి వెళ్లింది. కోతులన్నీ కలిసి కూర్చుని రాత్రి ఘంటసాల ఆడే కొండ దగ్గర ఉన్న చెట్టుకింద పండ్లు, కాయలు అన్నీ పెట్టింది. ఆమె సమీపంలోని పొదల్లో దాక్కుంది.

సాయంత్రం కోతులు ఆ ప్రదేశానికి రాగానే వాటి కళ్లు తినుబండారాల మీద పడ్డాయి. వారు గంటను వదిలి పండ్లు మరియు కాయలు తినడానికి పరిగెత్తారు. తెలివైన మహిళ సమయం కోల్పోయి, గంటను తీయడానికి కొండకు పరుగెత్తింది.

తన బ్యాగ్ బెల్ పెట్టుకుని, ఆమె తిరిగి గ్రామానికి వెళ్లి నేరుగా గ్రామపెద్ద వద్దకు వెళ్లింది. ఆమె అతనికి గంటను చూపించింది మరియు రాత్రి గంట మోగించడం వెనుక రహస్యాన్ని వెల్లడించింది. గ్రామస్థులందరూ మరియు పెద్దలు సంతోషించారు మరియు ఆమె తెలివితేటలు మరియు ధైర్యసాహసాలకు ఆమెను మెచ్చుకున్నారు.

నీతి : మీరు ఒక పుకారును గుడ్డిగా నమ్మే ముందు మీ తెలివితేటలను ఉపయోగించండి.

సన్యాసి మరియు ఎలుక

ఒకానొకప్పుడు అడవిలోని ఒక ఆశ్రమంలో ఒక సన్యాసి ఉండేవాడు. ఒకరోజు, సన్యాసి ఒక చెట్టు కింద లోతైన ధ్యానంలో కూర్చొని ఉండగా, ఒక పిల్ల ఎలుక అతని ఒడిలో పడింది. అతను కళ్ళు తెరిచినప్పుడు, ఎలుకను తన ముక్కుతో తీయడానికి ప్రయత్నిస్తున్న ఒక కాకి దానిని పడవేసినట్లు అతను చూశాడు.

దయగల సన్యాసి పిల్ల ఎలుకపై జాలిపడి తన ఆశ్రమంలో అతనికి ఆశ్రయం ఇచ్చాడు. అతన్ని బాగా చూసుకోవడం మొదలు పెట్టి తన సొంత బిడ్డలా పెంచాడు. పిల్ల ఎలుక సంతోషంగా జీవించింది.

ఒకరోజు ఆశ్రమంలోకి ఒక పెద్ద పిల్లి వచ్చింది. ఎలుకను చూసిన పిల్లి అతనిపై దాడి చేయడానికి పరిగెత్తింది. ఎలుక భద్రత కోసం సన్యాని ఒడిలోకి దూకింది. సన్యాసి తన ఒడిలో దాచుకున్న ఎలుకను చూసి, "నువ్వు పిల్లికి భయపడుతున్నావు, పిల్లిలా మారండి" అన్నాడు. సన్యాసి ఆశీస్సులతో ఎలుక వెంటనే పిల్లిగా మారిపోయింది.

ఇప్పుడు, అతను పిల్లిగా మారినప్పుడు, అతను కుక్కను చూసే వరకు ఆశ్రమంలో నిర్భయంగా తిరిగేవాడు. కుక్కను చూసి, అతను మళ్లీ భద్రత కోసం సన్యాసి వద్దకు పరుగెత్తాడు. సన్యాసి అన్నాడు, “ఇప్పుడు నీకు కుక్కలంటే భయం. కుక్కలా మారునువ్వు.” మరియు అతని ఆశీస్సులతో, పిల్లిని కుక్కగా మార్చారు.

ఎలుక కుక్కగా మారినందుకు చాలా సంతోషించింది. అయితే, అడవిలో పులులంటే భయపడి ఒంటరిగా బయటకు వెళ్లాలంటే చాలా భయపడ్డాడు. అడవిలో నిర్భయంగా తిరిగేందుకు కుక్కను పులిగా మార్చాలని సన్యాసి అనుకున్నాడు. కాబట్టి, అతని ధ్యాన శక్తులు మరియు ఆశీర్వాదంతో, సన్యాసి అతన్ని పులిగా మార్చాడు.

చివరిగా, చిన్న ఎలుకను శక్తివంతమైన పులిగా మార్చారు.

సన్యాసి ఇప్పటికి అతన్ని చిన్న ఎలుకలా చూసుకున్నాడు. అతను అదే ప్రేమ మరియు శ్రద్ధ అతనిపై కురిపించాడు. ప్రజలు పులిని చూసినప్పుడల్లా, "అతన్ని చూడండి, ఇది సన్యాసి ఆశీర్వాదంతో, ఈ ఎలుక పులిగా మారిపోయింది" అని వ్యాఖ్యానించారు.

ఇలాంటి మాటలు వినడం పులికి నచ్చలేదు. సన్యాసి జీవించి ఉన్నంత వరకు ప్రజలు తనపై ఇలాంటి వ్యాఖ్యలు చేయడం ఆపరని ఆయన భావించారు. అందుకే సన్యాసిని వదిలించుకోవాలని ప్లాన్ చేశాడు.

ఒకసారి సన్యాసి లోతైన ధ్యానంలో కూర్చున్నాడు. అతన్ని చంపాలనే ఉద్దేశ్యంతో పులి అతని దగ్గరికి వెళ్లింది. సన్యాసి అతని చెడు ఆలోచనలను నిర్ధారించగలడు. పులి అతనిపై దాడి చేయకముందే, "నువ్వు కృతజ్ఞత లేని జీవి! మళ్లీ ఎలుకగా ఉండు నువ్వు" అన్నాడు. మరియు వెంటనే, శక్తివంతమైన పులి మళ్లీ చిన్న ఎలుకగా మారిపోయింది.

నీతి: మీరు మీ శ్రేయోభిలాషుల పట్ల వినయంగా మరియు కృతజ్ఞతతో ఉండాలి.

ఋషి యొక్క కుమార్తె

గంగా నది ఒడ్డున ఒక మహర్షి ఉండేవాడు. అతను చాలా నేర్చుకున్నాడు. గొప్పవాడు మాత్రమే కాకుండా మంత్రశక్తులు కలవాడు కూడా. ఒకరోజు, అతను లోతైన ధ్యానంలో ఉన్నప్పుడు, పైన ఎగురుతున్న గద్ద ముక్కు నుండి ఒక చిన్న ఎలుక అతని చేతుల్లో పడింది. అది వంకరగా ఉండే తోక మరియు మెరుస్తున్న నల్లని కళ్లతో అందమైన చిన్న ఆడ ఎలుక. పవిత్ర వ్యక్తి ఆమెను చాలా ఇష్టపడ్డాడు. అతను ఆమెను ఇంటికి తీసుకెళ్లాలనుకున్నాడు. కాబట్టి, తన మాంత్రిక శక్తులను ఉపయోగించి, అతను ఎలుకను చిన్న అమ్మాయిగా మార్చాడు

ఆ అమ్మాయిని ఇంటికి తీసుకెళ్లి భార్యతో ఇలా అన్నాడు. "నీకు ఎప్పటినుండో పిల్ల కావాలి అన్నావుగా. ఇదిగో మన కూతురు. ప్రేమ మరియు శ్రద్ధతో ఆమెను తీసుకురండి అంది భార్య."

పవిత్రమైన వ్యక్తి భార్య ఒక బిడ్డను చూసుకోవడానికి చాలా సంతోషంగా ఉంది. ఆమెను యువరాణిలా పెంచింది. సంవత్సరాలు గడిచేకొద్దీ, ఆమె చాలా అందమైన అమ్మాయి పెరిగింది. ఆమె పద్దెనిమిది సంవత్సరాలు నిండినప్పుడు, ఋషి మరియు అతని భార్య ఆమెకు తగిన భర్త కోసం వెతకడం ప్రారంభించారు.

"మన కూతురు అందరికంటే గొప్పవాడిని పెళ్లి చేసుకోవాలి" అన్నాడు. మహర్షి "సూర్యుడు ఉత్తమ ఎంపిక అనుకుంటున్నాను అనుకుంటున్నాను" అని భార్య కూడా అంగీకరించింది.

ఋషి తన మంత్ర శక్తులను ఉపయోగించి, సూర్యుడిని అస్తమించమని అడిగాడు. సూర్యదేవుడు ప్రత్యక్షమైనప్పుడు, ఋషి తన కుమార్తెను వివాహం చేసుకోమని అభ్యర్థించాడు.

కానీ అమ్మాయి ఆ ప్రతిపాదనను తిరస్కరించింది మరియు చెప్పింది. "లేదు, నాన్న లేదు. నేను అతనిని పెళ్లి చేసుకోలేను. అతను చాలా వేడిగా ఉన్నాడు. నాకు ఎవరైన మంచి వరుడు కావాలి,"

ఇది విన్న మహర్షి నిరాశ చెందాడు. తన కుమార్తెకు వరుడిని సూచించమని సూర్యుడిని కోరాడు. సూర్యభగవానుడు, "మేఘాల ప్రభువు ఆమెకు బాగా సరిపోతాడు, ఎందుకంటే అతను మాత్రమే సూర్యుని కిరణాలను సులభంగా ఆపగలడు."

ఋషి మేఘాలను క్రిందికి రమ్మని పిలిచి తన కుమార్తెను వివాహం చేసుకోమని కోరాడు. కానీ అమ్మాయి మళ్లీ ఆ ప్రపోజలు తిరస్కరించి, "నేను అతనిని పెళ్లి చేసుకోవడం ఇష్టం లేదు, అతను చాలా నీరసంగా మరియు చీకటిగా ఉన్నాడు" అని చెప్పింది. ఋషి మళ్లీ నిరుత్సాహపడి, మరొక వరుడిని సూచించగలరా అని మేఘాల ప్రభువును అడిగారు, మేఘాల ప్రభువు ఇలా అన్నాడు. "గాలి దేవుడు ఆమె కోసం సాధ్యపడగలడు, ఎందుకంటే అతను నన్ను సులభంగా దూరంగా పీల్చివేయగలడు."

అప్పుడు ఋషి వాయుదేవుడిని క్రిందికి రమ్మని కోరాడు మరియు తన కుమార్తెను వివాహం చేసుకోమని అభ్యర్థించాడు. కానీ అతని కుమార్తె నిరాకరించింది. “వద్దు, నాన్న నేను అతనిని వివాహం చేసుకోను, అతను ఎప్పుడూ తిరుగుతూ ఉంటాడు మరియు క్షణం కూడా నిలబడలేదు” అని గట్టిగా చెప్పింది.

“నా కూతురికి సరిపోయే నీకంటే గొప్పవాడు ఎవరైనా ఉన్నారా”? ఋషి గాలిదేవుడిని అడిగాడు.

పర్వతాల ప్రభువు చాలా బలంగా మరియు పొడవుగా ఉంటాడని మరియు గాలి యొక్క గట్టి దెబ్బలను ఆపగలడని వాయుదేవుడు సూచించాడు.

నీ కూతురికి తగిన సాటి కాగలడు అన్నాడు.. ఋషి పర్వతాల ప్రభువును దిగి వచ్చి తన కుమార్తెను వివాహం చేసుకోమని పిలిచాడు. కానీ అమ్మాయి మరోసారి ఆ ప్రపోజలు తిరస్కరించింది. “నేను అతనిని పెళ్లి చేసుకోలేను. అతను చాలా పొడవుగా ఉంటాడని మరియు గట్టివాడు. నాకు మంచి వ్యక్తి కావాలి” అని చెప్పింది. మహర్షి చాలా విచారంగా ఉన్నాడు మరియు తన కుమార్తెకు సరైన సరిపోలికను సూచించమని పర్వతాల ప్రభువును కోరాడు.

పర్వతాల ప్రభువు తన కుమార్తెకు ఎలుక పేరును సూచించాడు. అతను చెప్పాడు, "నేను కఠినంగా ఉన్నాను మరియు నేను చాలా బలంగా ఉన్నాను అనేది నిజం. అయినప్పటికీ ఎలుక నాలో సులభంగా రంధ్రాలు చేయగలదు.".

ఋషి ఎలుకను రమ్మని పిలిచాడు మరియు ఎలుక వచ్చింది. అతన్ని చూడగానే ఆ అమ్మాయి ఆనందంతో ఎగిరి గంతేసింది. "తండ్రీ! నేను పెళ్లి చేసుకోవాలనుకునేది ఇలాంటివాడిని" అని ఏడ్చింది.

ఋషి "ఇదే భాగ్యం. నువ్వు ఎలుకగా వచ్చి మూషికుడిని పెళ్లి చేసుకోవాలని నిర్ణయించుకున్నావు" అన్నాడు. ఇలా చెబుతూ మహర్షి తన మంత్ర శక్తులను ఉపయోగించి ఆ అమ్మాయిని ఎలుకగా మార్చాడు. వారిద్దరూ పెళ్లి చేసుకుని ఆ తర్వాత సంతోషంగా జీవించారు.

నీతి : ఒకరి ప్రాథమిక స్వభావానికి వ్యతిరేకంగా వెళ్లలేరు.

నలుగురు స్నేహితులు మరియు వేటగాడు

ఒకానొకప్పుడు ఒక అడవిలో నలుగురు స్నేహితులు ఉండేవారు. అవి: ఎలుక, కాకి, జింక మరియు తాబేలు. వారు చాలా భిన్నమైన స్వభావం కలిగి ఉన్నారు. అయినప్పటికీ వారు మంచి స్నేహితులు మరియు అవసరమైనప్పుడల్లా. ఎల్లప్పుడూ ఒకరికొకరు సహాయం చేసుకుంటారు.

ఒకరోజు ఎలుక, కాకి, జింకలు చెట్టుకింద కబుర్లు చెప్పుకుంటున్నాయి. వారు అకస్మాత్తుగా పెద్ద అరుపులు విన్నారు. అది వారి స్నేహితుడు, తాబేలు, అతను వేటగాడి వలలో చిక్కుకున్నాడు.

"ఓహ్!" ఆత్రుతగా అరిచింది జింక. "ఇప్పుడు మనం ఏమి చేయాలి?" చింతించకండి, "నా దగ్గర ఒక ప్రణాళిక ఉంది" అని ఎలుక చెప్పింది మరియు ముగ్గురు స్నేహితులు కలిసి తమ కార్యాచరణ ప్రణాళికను నిర్ణయించుకున్నారు.

జింక చనిపోయినట్లు వేటగాడి దారిలో పడుకుంది. ఇంతలో, కాకి జింక వైపు ఎగిరింది. అతను జింకను కొడుతున్నట్లు నటించింది. వేటగాడు తన వలలో తాబేలుతో నడుచుకుంటూ వెళుతుండగా అతని కళ్లు హఠాత్తుగా చనిపోయిన జింకపై పడ్డాయి. అతను చనిపోయిన జింకను చూసి పులకించిపోయి, “ఓహ్, ఇదిగో ఒక జింక, నా భోజనానికి సిద్ధంగా ఉంది. దాని మాంసం చాలా రుచికరమైనది మరియు చాలా రోజులకు నాకు సరిపోతుంది” అని అరిచాడు.

అతను తాబేలు చిక్కుకున్న తన వలని కిందకి దించి, జింక వైపు నడిచాడు, వెంటనే పొదల వెనుక దాక్కున్న ఎలుక, తాబేలు దగ్గరకు పరుగెత్తి, వల దారాలను కత్తిరించడం ప్రారంభించి తాబేలును విడిపించింది. వేటగాడు అతన్ని మళ్లీ ట్రాప్ చేసే ముందు, అతను క్రమంగా దూరంగా వెళ్లి సమీపంలోని పొదల వెనుక దాక్కున్నాడు.

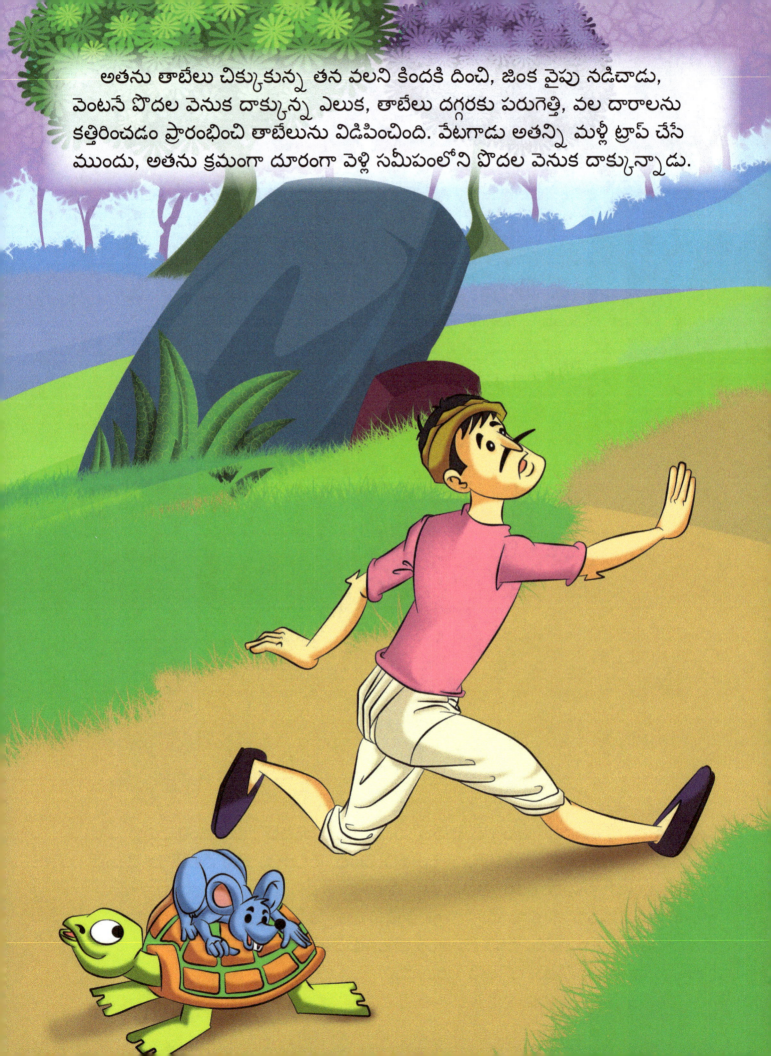

తాబేలు విముక్తి పొందిందని కాకి చూడగానే పెద్దగా కేకవేసి ఎగిరిపోయింది. జింక, ఒక్కసారిగా లేచి, వీలైనంత వేగంగా పరుగెత్తింది. జింకలు పరిగెత్తడం చూసి వేటగాడు చలించిపోయాడు. అతను వెంటనే తాబేలు వద్దకు తిరిగి వెళ్లాడు, కానీ తన వల చిరిగిపోయిందని తాబేలు అక్కడ లేకపోవడం చూసి నిరాశ చెందాడు. “నేను ఇంత అత్యాశతో ఉండకపోతే బాగుండేది....” అనుకున్నాడు.

నలుగురు స్నేహితులు తమ ప్రియమైన స్నేహితులలో ఒకరి ప్రాణాలను రక్షించడానికి వారి కార్యాచరణ ప్రణాళిక ఎలా సహాయపడిందో చూసి ఆనందించారు. భవిష్యత్తులో కూడా ఎప్పుడూ ఐక్యంగా ఉంటామని ప్రతిజ్ఞ చేశారు.

నీతి : ఐక్యంగా నిలబడతాము, విభజించబడి పడిపోతాము.

కాకులు మరియు ఒక పాము

ఒకప్పుడు, ఒక చిన్న గ్రామం పొలిమేరలో ఒక పెద్ద మర్రి చెట్టు ఉండేది. చెట్టులో ఒక జత కాకులు తమ పిల్లలతో నివసించాయి. ఒకరోజు, చెట్టు అడుగున ఉన్న బొర్రులో ఒక పాము నివసించడానికి వచ్చింది.

కాకులు ఆహారాన్ని వెతుక్కుంటూ బయటకు వెళ్లినప్పుడు, పాము వాటి గూడులోకి చొరబడి వాటి గుడ్లను మరియు పిల్లలను తినేస్తుంది. తమ పిల్లలను పోగొట్టుకున్నందుకు కాకులు చాలా బాధపడ్డాయి. తల్లి కాకి అందోళన చెందింది. ఆమె తన భర్తకు సూచించింది, "మనము వెంటనే ఈ ప్రదేశం నుండి బయలుదేరాలి. పాము ఇక్కడ నివసించేంత వరకు, మనము సురక్షితంగా ఉండలేము.".

తండ్రి కాకి కూడా చాలా కలత చెందారు కానీ పాముతో పోరాడి దానిని వదిలించుకోవడానికి మార్గం ఆలోచించలేదు. చివరికి, వారు తమ స్నేహితుడైన తెలివైన నక్క సలహా తీసుకోవాలని నిర్ణయించుకున్నారు.

వారు నక్క వద్దకు వెళ్లి తమ సమస్య గురించి చెప్పారు, నక్క చెప్పింది, "మీరు చింతించడం ద్వారా పామును వదిలించుకోలేరు, మీ శత్రువును చంపడానికి మీ ఇంగితజ్ఞానాన్ని ఉపయోగించండి." తెలివైన నక్క కాసేపు ఆలోచించి, వారి శత్రువును అంతం చేయడానికి ఒక అద్భుతమైన ప్రణాళికను అందించింది.

కాబట్టి, మరుసటి రోజు ఉదయం, కాకి అంట నది ఒడ్డుకు వెళ్లింది. అక్కడ రాణి మరియు ఆమె పరిచారకులు తమ స్నానానికి క్రమం తప్పకుండా వస్తుంటారు. ఎప్పటిలాగే నదీతీరంలో తమ ఆభరణాలు, బట్టలు ఉంచి నదిలోకి కొంత దూరంలో, వారి కాపలాదారులు వారి విలువైన వస్తువులపై నిఘా ఉంచారు. తల్లి కాకి రాణి హారాన్ని తీసుకుని ఎగిరిపోయింది. తండ్రి కాకి, గార్డుల దృష్టిని ఆకర్షించడానికి బిగ్గరగా ఆమెను వెంబడించింది.

కాకి హారాన్ని తీయడం చూసారు గార్డులు. వారు తమ కర్రలు మరియు కత్తులు చూపుతూ కాకులు వెంట పరుగెత్తారు. వెంటనే, వారు మర్రి చెట్టు వద్దకు చేరుకున్నారు. అక్కడ కాకి పాము రంధ్రంలోకి హారాన్ని పడవేయడం చూసింది.

కాపలాదారులు పొడవాటి కర్ర సహాయంతో దాన్ని బయటకు తీసేందుకు ప్రయత్నించారు. పాము కంగారుపడి బుసలు కొడుతూ తల పైకెత్తి బయటకు వచ్చింది. కాపలాదారులు అతన్ని చూసి భయపడి అతన్ని కొట్టి చంపారు. హారాన్ని తీసుకుని వెళ్లిపోయారు.

తండ్రి కాకి మరియు తల్లి కాకి పాము చనిపోవడం చూసి సంతోషించారు. తెలివైన నక్క సహాయం చేసినందుకు వారు కృతజ్ఞతలు తెలిపారు. ఆ తర్వాత కాకులు మర్రిచెట్టులో తమ పిల్లలతో ఆనందంగా జీవించాయి.

నీతి : చింతించడం మీ సమస్యలకు పరిష్కారం కాదు.

తెలివైన కుందేలు మరియు శక్తివంతమైన ఏనుగులు

ఒకప్పుడు, ఒక సరస్సు పక్కన అడవిలో ఏనుగులు మరియు ఇతర జంతువుల గుంపు నివసించేవి. అన్ని జంతువులు నీరు త్రాగడానికి మరియు స్నానం చేయడానికి సరస్సు వద్దకు వచ్చేవి.

ఒకప్పుడు చాలా సంవత్సరాలు వర్షాలు లేవు. చిన్నచిన్న చెరువులు, సరస్సులన్నీ ఎండవేడికి ఎండిపోయాయి. దాహంతో చాలా జంతువులు చనిపోవడం ప్రారంభించాయి. ఏనుగులు కూడా తమకు నీరు అందకపోతే చాలా త్వరగా దాహంతో చనిపోతాయని ఆందోళన చెందాయి. వారు తమ రాజు వద్దకు వెళ్లి, "మహారాజు! వీలయినంత త్వరగా నీరు దొరకాలి. అయితే మనం ఎక్కడికి వెళ్లాలి?"

రాజు ఏనుగు వారిని సమీపంలోని వేరే ప్రదేశానికి వెళ్లమని సలహా ఇచ్చింది. ఏనుగులు అన్ని దిశలలో నీటి కోసం వెతుకుతున్నాయి మరియు అదృష్టవశాత్తూ వాటిలో ఒకటి దూరంగా ఉన్న మరొక అడవిలో నీటితో నిండిన పెద్ద సరస్సును గుర్తించింది.

రాజు ఏనుగు, ఏనుగులన్నింటినీ కొత్తగా దొరికిన సరస్సు వైపు వెళ్లమని కోరింది. సరస్సుకి వెళ్లే మార్గంలో, చిన్న కుందేళ్ల బొరియలు చాలా ఉన్నాయి. వేలకొద్దీ కుందేళ్లును తమ బరువైన కాళ్ల కింద తొక్కాయని ఏనుగులు గ్రహించలేదు. కుందేళ్లు ఆందోళన చెందాయి మరియు వెంటనే వారి రాజు సమావేశాన్ని పిలిచాడు. అతను కుందేళ్లతో, "బలవంతులైన ఏనుగుల గుంపు ప్రతిరోజు మా బొరియల గుండా వెళుతోంది. అవి మన స్నేహితులను చాలా మందిని చంపేశాయి. భవిష్యత్తులో ఇక మరణాలు జరగకుండా ఉండాలంటే మనం ఏదైనా పరిష్కారం ఆలోచించాలి."

చాలా బోల్డ్ మరియు తెలివైన ఒక చిన్న కుందేలు, ముందుకు వచ్చి, "మా మహిమాన్విత పరిష్కారం ఎందుకు లేదు? మీరు మీ మెసెంజరిని పంపారా? నిశ్చింతగా ఉండండి, మా ప్లాన్ ప్రకారం నేను పరిస్థితిని నిర్వహిస్తాను." చిన్న కుందేలు స్నానం చేయడానికి ఏనుగులన్నీ సమావేశమైన సరస్సు వద్దకు బయలుదేరింది. సరస్సుకి వెళ్లే మార్గంలో, తెలివైన కుందేలు ఆలోచిస్తూనే ఉ ంది. ఏనుగులు చాలా పెద్దవి మరియు శక్తివంతమైనవి కాబట్టి వారి దగ్గరికి వెళ్లడం తెలివైన పని కాదని అతను నిర్ణయించుకున్నాడు.

సరస్సు వద్దకు చేరుకోగానే, కుందేలు సమీపంలోని కొండపైకి ఎక్కి, "ఓ ఏనుగుల రాజా! దయచేసి నా మాట వినండి" అని అరిచింది. ఏనుగుల రాజు చిన్న కుందేలు వైపు తిరిగి, "చిన్న జీవి, నువ్వు ఎవరు?" తెలివిగల కుందేలు, "నా ప్రభూ! నేను చంద్రుని దేవుని దూతను. తన సందేశాన్ని మీకు తెలియజేయడానికి నన్ను పంపాడు. అయితే దయచేసి నాపై కోపం తెచ్చుకోకు" అని సమాధానం చెప్పింది.

ఏనుగుల రాజు కుందేలును చంద్ర దేవుని సందేశం చెప్పమని కోరాడు. కుందేలు బదులిచ్చింది. "అయ్యా, ఈ చంద్ర దేవుని సరస్సుకు కావలాగా ఉండే వేలాది కుందేళ్లను మీరు చంపినందున, చంద్ర దేవుడు మీపై చాలా కోపంగా ఉన్నాడు. మీరు వెంటనే తన రాజ్యాన్ని విడిచిపెట్టాలని ఆయన కోరుకుంటున్నాడు." చంద్ర దేవుని సందేశం విని రాజు ఏనుగు భయపడింది. అతను ఇలా అన్నాడు. "చిన్న జీవి, ఇన్ని కుందేళ్లను చంపినందుకు మాకు చాలా బాధగా ఉంది. కానీ నిజంగా, ఇది అజ్ఞానంతో జరిగింది. నేను చూసుకుంటాను. మీరు ఇక బాధపడకండి. నన్ను క్షమించమని చంద్రుడిని అడగండి."

కుందేలు ఏనుగుల రాజును తనతో పాటు చంద్రుని దేవుని వద్దకు రమ్మని కోరింది మరియు వ్యక్తిగతంగా అతనికి క్షమాపణ చెప్పమని కోరింది. ఏనుగుల రాజు అందుకు అంగీకరించాడు.

రాత్రి అయింది, తెలివైన కుందేలు అతన్ని సరస్సు వద్దకు తీసుకెళ్లింది. వారు సరస్సులోని నిశ్చల నీటిలో చంద్రుని ప్రతిబింబాన్ని చూడగలిగారు, ఏనుగుల రాజు చంద్ర దేవునికి నమస్కరించి క్షమించమని అడిగాడు. అతను “ఓ దేవుడా! మేము పొరపాటున ఈ పాపం చేసాము. దయచేసి ఈసారి మమ్మల్ని క్షమించండి. మేము వాగ్దానం చేస్తున్నాము, మళ్లీ ఇక్కడికి రాము, “

ఏనుగుల రాజు, ఇతర ఏనుగులతో వెంటనే అక్కడి నుండి వెళ్లిపోయాడు. మరియు కుందేళ్లు అక్కడ ఎప్పటికీ సంతోషంగా మరియు శాంతియుతంగా నివసించాయి.

నీతి : తక్కువ తెలివితేటలతో, అత్యంత శక్తివంతమైన శత్రువును కూడా గెలవగలదు.

www.ingramcontent.com/pod-product-compliance
Lightning Source LLC
LaVergne TN
LVHW080053220825
819277LV00039B/708